வேர் முதல் மரம் வரை

தெய்வானை கோபாலகிருஷ்ணன்

INDIA · SINGAPORE · MALAYSIA

முன்னுரை

அனைத்து வகையான "குழந்தை" முதல் இன்று நாம் உபயோகிக்கும் சமூக ஊடகங்கள் மற்றும் ஒவ்வொரு வாழ்க்கை முறையில் பார்த்து,ரசித்து,உணர்ந்து அனைத்தையும் எனக்கு தெரிந்த மொழியில் வடித்திருக்கிறேன்.

என்றும் அன்புடன்
கோ. தெய்வானை.

எனக்கு பிடித்த வாசகங்கள்

* ஆண்டவனே நம்ம பக்கம் இருக்கான்.

* எல்லாம் நன்மைக்கே.

* எண்ணம் போல் வாழ்க்கை.

* வரலாறு மீண்டும் நிகழும்.

* இப்படி சுத்துற கடிகார முள் அப்படியும் சுத்தும்.

* என்னோட மதிப்பு ஒரு நாள் புரியும்.

* எனக்கும் ஒரு காலம் வரும்.

என்னைப் பற்றி

வீரம் நிறைந்த "திருநெல்வேலி" சீமையயில் பிறந்த "வீரத் தமிழச்சி"."செந்தூர்" மண்ணில் பொறியியல் கணிணியியலில் பட்டம் பெற்றேன். "தோட்ட" நகரம் மற்றும் "சிலிகான் சிட்டி" என்று அழைக்கபடும் பெங்களுரில் வாழ்கிறேன். உடல் நலக்குறைபாட்டின் போது மிகுந்த மன உளைச்சலின் காரணமாக இருக்கும் போது எனக்கு பக்க பலமாக இருந்த ஐந்து தோழர்கள் மற்றும் தோழிகளுக்கு கவிதை வடித்தேன். என் இரண்டு தோழர்களின் ஊக்குவித்தலாலும், எனது கணவரின் பெரும்

உறுதுணையிலாலும், அவரது கனவு புத்தகமாக

எனது எழுத்தோவியம் வெளிவர வேண்டும் என்ற ஆசையின் இந்த கவிதை தொகுப்புகள். அனைத்து வயதினரும் எளிமையாக படிக்கும் வகையில் வடித்தது. எனது மனதில் பட்ட,எனக்கு தெரிந்த தமிழில் பார்த்து, ரசித்து, உணர்ந்து

இக்கவிதை தொகுப்புகளை எனது வாழ்வில் இருந்த அனைவருக்கும், இறைவனுக்கும் நன்றி கலந்த வணக்கத்துடன் சமர்ப்பிக்கிறேன்.

என்றும் அன்புடன்

கோ. தெய்வானை.

பொருளடக்கம்

குழந்தை

உன் சின்னஞ்சிறு பிஞ்சு விரல்கள்
பார்க்கையில்...

எத்தனை பிரமிப்பு...

நீ ஆணாக இருந்தாலும், பெண்ணாக
இருந்தாலும்...

கருப்பாக இருந்தாலும், வெள்ளையாக
இருந்தாலும்...

என்றுமே ஆனந்தமே உன்னை பார்க்கையில்...

உன் சிரிப்பு...

அந்த சொர்க்கத்தை விட அளவிட முடியாதது...

உன் அழுகை...

அந்த அலைகளின் ஓசையை விட பெரியது...

உன் மழலை பேச்சு...

மந்திரத்தை விட தேன் அமுது...

உன் உறக்கம்...

அந்த பரந்தாமனை விட அழகு...

நீ தவழ்கையில்...

தத்தி தத்தி நடக்கும் நடையின் அழகை...

அதை பார்க்க இன்னும் பல ஜென்மங்கள்
போதாது...

அம்மா

அம்மா...

அன்பானவள்...

பண்பானவள்...

பொறுமையானவள்.

அம்மா...

என்ற குரல் கேட்டதுமே...

அவள் அடையும் மகிழ்ச்சி அளவற்றது...

அம்மா...

10 மாதம் வயிற்றில் மட்டும்
சுமக்கவில்லை...

வாழ்க்கை முழுவதும் உன்னை
அர்ப்பணித்தாய்...

ஒரு கவிஞன் வரிகள்

சாமி தவித்தான்... தாயைப் படைத்தான்...

ஆம்! உண்மைதான்...

அம்மா...

நீ உயிருள்ள கடவுள்...

அப்பா

அப்பா...

இந்தச் சொல் கேட்டதுமே...

அனைத்து குழந்தைகள் முகம் மலரும்...

அது போல் அல்லாமல்...

அதற்கு பல படி மேலே

என் முகம் ஆனந்த கூத்தாடும்...

அப்பா...

நீ உருவம் கொடுத்தாய் எனக்கு...

எத்தனை ஆண்டுகள் காத்திருந்தாயோ!

என்னை பிள்ளையாய் பெற்று எடுத்து,

என்னை கொஞ்ச...

என்னை உன் மார் மீதும், தோள் மீதும்

சுமந்து...

என்னை உறங்க வைக்க, சமாதானம்

படுத்த,

எத்தனை இரவுகள் தூக்கம் இன்றி...

அப்பா

நீ ஒரு சுமைதாங்கி...

வீட்டை மட்டும் சுமக்கவில்லை...

உன் துக்கத்தையும்...

அப்பா...

இன்று தந்தையர் தினமாம்...

உனக்கு வாழ்த்து சொல்ல,

அம்மா உனக்காக என் சார்பில்

இந்த கவிதையை வடித்திருக்கிறார்...

அப்பா...

உன்னை கை கூப்பி வணங்குகிறேன்...

நீ ஒரு சுமைதாங்கி என்பதற்காக அல்ல...

நீ என்றும் எப்போதும் அன்புமழையில்

நனைய செய்யும் ஓர் அற்புதமான

கடவுள் படைத்த வரம் எனக்கு...

தாலாட்டு

தாலேலோ! தாலேலோ!

தாலேலோ! தாலேலோ!

ஆராரோ! ஆராரோ!

ஆராரோ! ஆராரோ!

கண்மணியே என் கண்ணுக்குள்ள

நீ உறங்கு...

தாலேலோ! ஆராரோ!

பட்டு உடுத்தி... பொன் ஊஞ்சல்

தொட்டிலிலே நீ தூங்கு...

தாலேலோ! ஆராரோ!

யானை முகன், கந்தனுடன்,

உன்னருகில் எப்போதும்...

நீ உறங்க...

தாலேலோ! ஆராரோ!

அந்த பிரம்மாவும், விஷ்ணுவும்,

சிவனும் உடன் அவர்கள் தேவியர்களும்,

முப்பத்து முக்கோடி தேவர்களும்...

ஆசீர்வதிக்க நீ தூங்கு...

தாலேலோ! ஆராரோ!

தாலாட்டு நான் பாட

நீ தூங்கு கண்மணியே, பொன்மணியே,

முத்துமணியே, பவளகொடியே...

தாலேலோ! ஆராரோ!

ஆரிரோ!ஆராரோ!

ஆரிரோ!ஆராரோ!

ஆரிரோ!ஆராரோ!

பள்ளிக்கூடம்

பள்ளிக்கூடம்...

காலையிலே சீருடை உடுத்தி...

சாப்பாட்டு பை, புத்தகப் பையை எடுத்து...

வேகமாக பேருந்தில் ஏறி...

ஆசிரியர்கள் நடத்துவதையும் கேட்டு,

பாதி புரிந்தும், புரியாமலும்...

பாதி எழுதி, எழுதாமலும்...

விளையாடியும், விளையாடாமலும்...

நண்பர்களுடன் மகிழ்ச்சியாகவும்

பிரார்த்தனை - காலை, மதியம், மாலை.

ஒவ்வொரு நேரமும் ஒவ்வொரு பாடல்...

அளவற்ற மகிழ்ச்சி எப்போது தெரியுமா?!

அந்த கடைசி மணி அடிக்கும் போது...

பாடம்

பாடம் 10

பசுவே பசுவே பாலைத் தா
பாலர் எமக்குக் குடிக்கத் தா
பச்சைப் புல்லை நாம் தருவோம்
பசிக்க உன்னை விடமாட்டோம்.

17

பாடம்...

எத்தனை பாடங்கள்!...

வகுப்பில் மட்டுமல்ல...

நம் வாழ்க்கையிலும் தான்!

எத்தனை மொழிகள்!?...

எத்தனை வகைகள்!?...

எத்தனை நிறங்கள்!?...

அனைத்துமே கற்றுக் கொடுப்பது
ஒன்றுதான்.

நாம்...

நமக்காக...

நம்மை மட்டுமே...

கரிகோல்/எழுதுகோல் பெட்டி

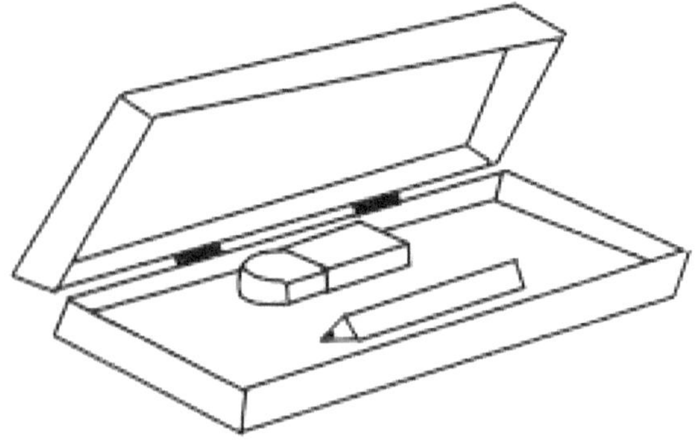

எழுதுகோல் பெட்டி...

உன்னுள் எத்தனை பொருட்கள்!

எழுதுகோல்...

கரிகோல்...

துடைப்பான்...

அளவுகோல்...

கூர்மையாக்கி...

வண்ணத்தீட்டுக்கோல்...

அன்று...

ஒருவகையான எழுதுகோல் பெட்டி
தான்.

இன்று...

எண்ணிலடங்கா வகைகள்...

உன் மீது இருக்கும் பிரியம் சொல்ல

வார்த்தைகள் இல்லை...

கரிகோல்

கரிகோல்...

உன்னை வைத்து எழுதி எழுதியே

நீ கரைந்து போகிறாய்...

ஆனால்...

நீ கலங்கவில்லை

பெருமைதான் கொள்கிறாய்

உன்னால் தான்...

மனிதர்கள் உயர்கிறார்கள்...

மாணவச் செல்வங்கள் வளர்கிறார்கள்...

துடைப்பான்

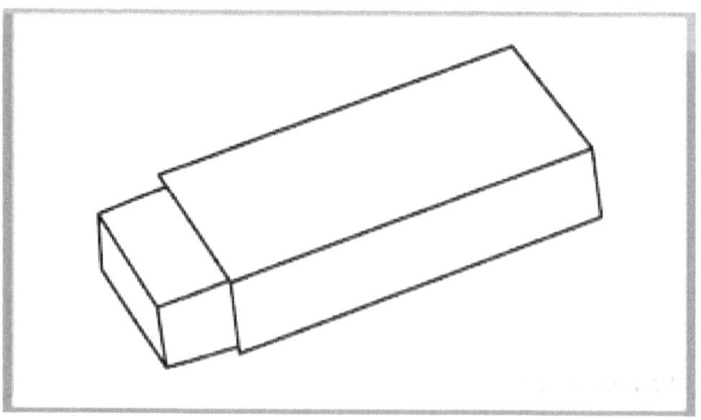

துடைப்பான்...

எழுத்துக்களால் ஆன பிழையை
மட்டும் துடைக்கவில்லை...

பிழையை...

திருத்தி...

உணர்த்தி...

பிழை இல்லாமல் எழுதி ஒளிர
வைக்கிறாய்...

எழுதுகோல்

எழுதுகோல்...

நீ ஒரு சக்தி வாய்ந்த ஆயுதம்...

உன் கூர்மையான நுனி எழுத்துக்களால்

இங்கு பலர் தலை எழுத்துக்கள்

மாறும்...

அளவுகோல்

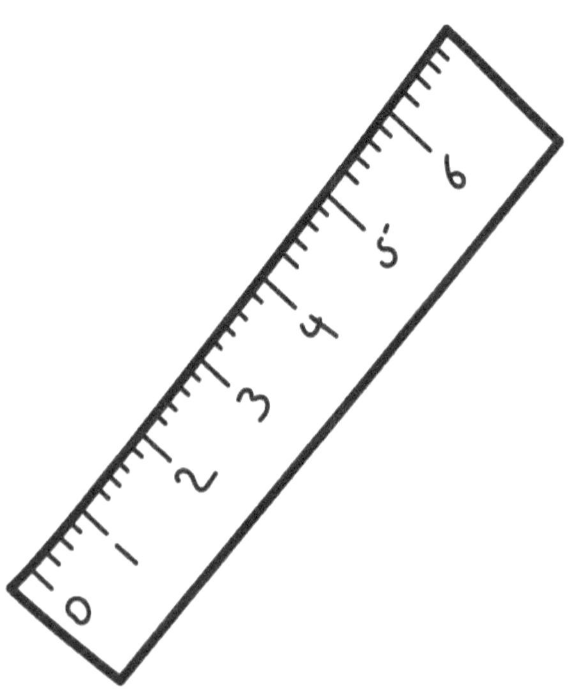

அளவுகோல்...

> கணக்கில் மட்டும் உன் முக்கியத்துவம்
> இல்லை...
> தினமும் உன்னை வைத்து
> அளக்கவும்...
> கோடு போடவும்...
> சின்ன அளவுகோலாகவும்,
> பெரிய அளவுகோலாகவும்...

வண்ணத்தீட்டுகோல்

வண்ணத்தீட்டுகோல்...

எத்தனை பிரமிக்க வைக்கும்

வண்ணங்கள்...

ஒவ்வொரு ஓவியத்தில் உன்னை

தீட்டும் போது அதன் அழகு

மெருகேறிக் கொண்டு போகிறது...

பார்க்க பார்க்க பரவசமும்...

கண்ணை பறிக்கும்

அந்த வண்ணம் ஒரு வானவில்

ஆகிறது...

தேர்வு

தேர்வு...

உன் சொல்லை கேட்டாலே...

நிறைய பேருக்கு பயம் தான்...

வெற்றி பெற வேண்டுமே என்று தான்...

தோல்வியை கண்டு பயம்

கொள்வதும்...

அதிலிருந்து எப்படி வெற்றியின்

ஏணியை ஏறிப் போவதும் தான்...

இந்த தேர்வின் பயம்...

தேர்வு என்பது மாணவமணிகளுக்கு
மட்டுமல்ல...

நமக்கும் தான்...

புத்தகம்

புத்தகம்...

உன்னை படிக்க மட்டும் சிலர்...

உன்னை எழுத மட்டும் சிலர்...

உன்னை பதிப்பிக்க மட்டும் சிலர்...

உன்னை வாங்க மட்டும் சிலர்...

உன்னை பார்க்க மட்டும் சிலர்...

உன்னை கொண்டாட மட்டும் சிலர்...

ஆனால்...

நீயோ ஒரு பெருங்கடலாக...

புத்தக கண்காட்சியிலும்...

நூலகத்திலும்...

வீட்டிலும்...

பள்ளிக்கூடத்திலும்...

கல்லூரிகளிலும்...

கோவில்களிலும்...

தேவாலயத்திலும்.

மசூதிகளிலும்...

இப்படி பல்வேறு அவதாரம் எடுத்து...

அனைவரின் வாழ்க்கையின் அங்கமாக...

கல்லூரி

கல்லூரி...

    கனவுகளின் இருப்பிடம்...

    பெற்றோரின் பிரிவு...

    விடுதியின் கொண்டாட்டம்...

    திறமையின் ஆரம்பம்...

    பல காதல் கதைகளின் நினைவுகள்...

    நட்பின் ஆழம்...

    தனிமையின்...

ஒழுக்கம்

ஒழுக்கம்...

"ஒழுக்கம் விழுப்பம் தரும்" என்றார்
"வள்ளுவர்".

ஆம்!

ஒழுக்கம் தான் ஒரு மனிதனின்

வாழ்க்கை முறையையும்...

வாழ்க்கையே மேம்படுத்தவும்...

வாழ்க்கையை செழிப்பாக்கும்...

வேலை

வேலை...

படித்து முடித்த பின்...
அனைவரும் கேட்கும் கேள்வி,
வேலை கிடைச்சதா?
என்ன வேலை பார்க்கிற?
அன்றாடம்...

ஆண், பெண் சென்று ஓர்
குறிப்பிட்ட இடத்தில் வேலை
பார்க்கிறவர்கள் மட்டும் வேலை
பெரிது அல்ல...
வீட்டை பார்த்துக் கொள்ளும்
இல்லத்தரசிக்கு அதை விட
அதிக வேலை தான்...

சம்பளம்

சம்பளம்...

நீ இல்லை என்றால் இங்கு

ஒருவருக்கு மதிப்பு இல்லை...

இன்று எல்லாம் அதற்கு ஒரு படி மேல...

எவ்வளவு என்ற எண்ணிக்கை

பார்த்து தான் மதிப்பு...

சம்பள நாள் அன்று அனைத்து

கடன்களையும், கட்டணங்களுக்கும்,

கட்டவுமே சரியாக போனது...

சில நேரங்களில் சேமிப்புக்கும்...

வந்த வேகத்தில் காணாமல் போகிறாய்...

மரியாதை

மரியாதை...

தானாக கேட்டு வரக் கூடாது...

கேட்காமல் வர வேண்டும்...

ஆம்!

மரியாதை மனிதனுக்கு மிகவும்
அவசியம்

ஆனால்...

சில நேரங்களில்...

மரியாதையை இழந்து தான்

வாழ்ந்து கொண்டிருக்கிறோம்,

அதற்காக...

நாம் தளர்ந்து போகவில்லை...

முட்டி மோதி ஒரு நாள்

நாம் நினைத்து பார்க்காத

அளவிற்கு மரியாதையை

பெற்று தான் விடுகிறோம்...

பணிவு

பணிவு...

பணிவுடன் இருங்கள்...

- புகழின் உச்சிக்குச் செல்லும்போது...
- உங்கள் வாழ்க்கை உயர்வு அடையும் போது...
- உங்கள் மரியாதை கூடுதலாகும் போது...
- உதவி செய்யும் போதும்...

பனிக்கூழ்

பனிக்கூழ்...

சிறியவர் முதல் பெரியவர் வரை...

உன்னை கண்டால் நா ஊரும்...

பனியைப் போல் குளிர்ந்து
இருப்பதாலும்...

கூழ் போன்று மிதமாக இருப்பதாலும்...

உனக்கு இந்த பெயரோ!?

ஒன்றுக்கு மேல் உன்னை சுவைத்தால்...

அந்த மகிழ்ச்சியே தனி...

சில நிமிடங்களுக்கு மேல் உன்னை

சுவைக்காமல் அப்படியே வைத்தால்

உருகி விடுகிறாய்...

உன் மனம் அவ்வளவு இளகியதா!?...

இன்னட்டு

இன்னட்டு...

எத்தனை நிறங்களில்!?...

எத்தனை சுவைகளில்!?...

எத்தனை உருவங்களில்!?... நீ...

பிறந்தநாளில் மட்டுமல்ல...

அனைத்து மகிழ்ச்சியான
தருணங்களிலும்...

உன் சுவையைப் பற்றி, உன் இருப்பு
பற்றி...

பேசுவதிலும், சுவைப்பதிலும் ஆனந்தம்
அனைவருக்குமே...

அனிச்சல்

அனிச்சல்...

பிறந்தநாளில் மட்டும், மற்றும்
கிறிஸ்மஸ் மட்டுமே காணப்படும் நீ...
என்றும் உன்னை சுவைக்க...
அதிலும்...
விதவிதமான சுவைகளிலும்,
வண்ணங்களிலும், சிறியதுமாகவும்,
பெரியதுமாகவும் காண்போரை
அளவற்ற ஆனந்தத்தில் மூழ்கடிக்க
செல்கிறாய்...
அனைத்து தரப்பினரும் உன் சுவைக்கு
அடிமை...

쿠키 나라

ஈரட்டி...

முன்பு எல்லாம் டீ கடைகளில்
மட்டுமே ஒரு விதமான வகையில்
கிடைக்கும் நீ...

இன்று...

எண்ணற்ற வகையில்...
உன்னை ருசிக்காமல் பலருக்கு
டீ, காபி இறங்காது...
பல நேரங்களில் பசி போக்கும் உணவு
நீ...
சிறுவர்களுக்கு மிகவும் பிரியமானவை...
பெரியவர்களுக்கு ஒரு சிற்றுண்டி...

வாழ்த்து அட்டை

வாழ்த்து அட்டை...

முன்பு எல்லாம் ஒவ்வொரு

பண்டிகைகளுக்கும்,

பிறந்தநாளுக்கும்,

மன்னிப்பு கேட்பதற்கும்,

நன்றி சொல்வதற்கும்,

காதலை வெளிப்படுத்துவதற்கும்,

நட்பின் பரிணாமங்களுக்கும்...

இப்படி பல...

பசுமையான நினைவுகள்

இன்று...

என்றோ ஒரு நாள் உன் ஞாபகம்...

ஆனால்...

வாழ்த்து அட்டையில் இருக்கும்

ஒவ்வொரு வரிகளில் இருக்கும்

ஆனந்தமே தனிதான்...

நினைவோப்பம்

நினைவொப்பம்...

பெரும்பாலும் புகழ்பெற்ற

நடிகர்,

நடிகைகள்

பாடகர்கள்,

பாடகிகள்...

மட்டுமே வாங்கி கொள்வோம்...

ஆனால்...

என்றாவது நாமும்

நமது கையொப்பத்தை

ஒரு நாள் மற்றவர்களுக்கு

இது போல் புகழ் உச்சிக்கு சென்று

போட்டு விட வேண்டும்

என்ற பெரும் நம்பிக்கை

இருக்கிறது...

ஆசான்

ஆசான்...

> குரு என்றும்...
>
> ஆசிரியர் என்றும்...
>
> ஆசிரியை என்றும்...
>
> ஏணி மீது ஏறிச் செல்வதை
>
> பார்த்து மகிழ்வதும்...
>
> நமது அனைத்து நல்லது, கெட்டது
>
> எடுத்துரைக்கும் ஓர் நல்லாசிரியராக...
>
> நமது நண்பர்களாக என்றும்
>
> வாழ்த்தியிருக்கும் உங்களுக்கு பணிவான
>
> வணக்கங்கள்...

நண்பர்கள்

நண்பர்கள்...

இவர்கள் இல்லை என்றால்

வழக்கை இல்லை...

ஆம்!

நாம் மிகப்பெரிய துன்பத்தில்

இருக்கும்போது நமக்கு

உறுதுணையாகவும்

நாம் தவறு செய்த போது

நமது தவறை எடுத்துரைப்பதும்...

நாம் மகிழ்ச்சியாக இருக்கும் போது

அதை பல மடங்கு மகிழ்ச்சியாக்கவும்...

நாம் சாதித்தால்,

இவள் / இவன் என்

தோழன் / தோழி என்று பெருமிதம்

கொள்வதிலும்...

சில நேரங்களில் நமக்கு

பல பாடங்களை கற்பித்தவரும்...

முக்கியமாக நம்மை யார் என்று

நமக்கே உணர்த்தியதும் (நமது பலத்தை)

நம் வாழ்க்கையின் ஓர் வரம்...

நட்பு

நட்பு...

> ஆண் பெண் நட்பு என்றுமே ஒரு படி
> மேல தான்...
>
> ஆணிற்கு ஆணும்...
>
> பெண்ணிற்கு பொண்ணும்...
>
> கொள்வதில் நட்பு ஒரு தனி வகை
> என்றால்...
>
> அப்பாவிடமும், அம்மாவிடமும் குழந்தை
> எளிமையாக
>
> பழகுவதிலும், அன்பு செய்வதும்
> நட்புதான்...
>
> கணவன் மனைவியிடம் ஒரு விதமான
> அன்பும் நட்புதான்...
>
> ஆசிரியர், மாணவர்களும் மிகவும்
> பொறுமையாக பேசுவதிலும் நல்வழி
> படுத்துவதிலும் நட்புதான்...
>
> இப்படி பல...
> நட்பு ஒரு அன்பின் வெளிப்பாடு...
> இறைவனே மனிதனிடம் நட்புடன்...

காதல்

காதல்...

> இன்று காதலர் தினமாம் (பிப்ரவரி 14)...
>
> காதல் அன்பின் வெளிப்பாடு...
>
> ஆண் பெண் இடையே மலர்வது மட்டும்
> காதல் அல்ல...
>
> அம்மா குழந்தையின் மீதும்...
>
> வண்டு மலர் மீதும்...
>
> எழுதுகோல் மை மீதும்...
>
> கவிஞன் வரிகள் மீதும்...
>
> பக்தர்கள் இறைவன் மீதும்...
>
> மீன் நீரின் மீதும்...
>
> வேர் மண் மீதும்...
>
> குழந்தை பொம்மை மீதும்...
>
> இளைஞன் விசையுந்து மீதும்...
>
> கலைஞன் கலை மீதும்...
>
> இப்படி நீண்டு கொண்டே போகும்
> பல பல "மீதும்"
>
> சுருக்கமாக சொன்னால்...

காதல்...

> அவர், அவர் உணர்வுகளிலும்...
>
> அவர், அவர் நினைவுகளிலும்...
>
> இருக்கும் கற்பனையை நிஜமாக்குவதும்...

கல்யாணம்

கல்யாணம்..

இரு குடும்பம் ஒன்று இணையும்
தருணம்...

இரு மனங்கள் இணையும் ஒரு நிகழ்வு...

எத்தனை சம்பிரதாயங்கள்?!...

எத்தனை உறவுகள்?!...

எத்தனை போராட்டங்கள்?!...

எத்தனை உணர்வுகள்?!...

இரு குடும்பத்தையும்,

இரு மனங்களை

மட்டும் இணைக்கவில்லை...

அதையும் தாண்டி...

சொந்த வீடு

சொந்த வீடு...

    எல்லோர் வாழ்க்கையிலும்...

    ஒரு மிகப்பெரிய கனவு...

    வாடகை தொல்லை இல்லை...

    துணி காய போடும் இடத்தில்

    நம் இடம்...

    வண்டி நிறுத்துமிடம் தொல்லை
    இல்லை...

    ஆணி அடிக்கக் கூடாது என்று

    சொல்லும் தொல்லை இல்லை...

    இப்படி பல இடைஞ்சல்கள்

    இல்லாத ஒர் உரிமையான சொர்கம்

    சொந்த வீடு.

சொந்த விசையுந்து

சொந்த விசையுந்து...

புதிதாக நமக்கே நமக்கு என்று

வாங்கும் போதும்,

அதை ஓட்டும் போதும்,

நமக்கு பிரியமானவர்களுடன்

பயணிக்கும் போது

ஓர் பெருமை, ஓர் ஆனந்தம்

என் சொந்த காசில் புதிதாக...

சொந்த தானுந்து

சொந்த தானுந்து...

சொந்த வீடு எப்படி ஒரு

பெரிய கனவோ!

அதைப்போல் சொந்த தானுந்து

மற்றும் ஒரு பெரிய கனவு...

அதுவும் புதிதாக வாங்கி

கோவிலுக்கு சென்று பூஜை போட்டு

சொந்த ஊர் வரை எடுத்துச்

செல்லும் உணர்வே தனிதான்...

புத்தர்

புத்தர்...

சித்தார்த்தன் கௌதமனாக பிறந்து...

பறவையின் இரத்தம் பார்த்து உருகி...

இதுதான் வலி என்ற பறவையின்

மீதுள்ள அம்பை தன் மீது படர்ந்து...

வாழ்க்கையில் வலிகளும் உள்ளன

என்று உணர்ந்து...

இளவரசான அமோக வாழ்வை துரந்து

புத்தன் என்ற போதி மர காவியமானவன்.

பாரதியும், வள்ளுவனும், அவ்வையாரும்

பாரதி...

> முண்டாசு கவிஞன் என்றும்...
>
> ஓர் தீர்கதரிசி என்றும்... ஏன் என்றால்...
>
> சுதந்திரம் கிடைக்கும் முன்னே!...
>
> "ஆடுவோமே! பள்ளு பாடுவோமே!
>
> ஆனந்த சுதந்திரம் அடைந்து விட்டோமே!
>
> என்ற அற்புத வரிகளை தந்தவர்...
>
> வீரமும், தேசபக்தியும் என்றும் உன் புகழ் நாட்டும்...
>
> "கற்பனைக் காதலி" கண்ணம்மாவையும்
>
> "உண்மை காதல் மனைவி" செல்லமாளையும்
>
> உன் கவிதை வரிகளில்...
>
> இப்படி பல வரிகளையும், கவிதைகளையும்
>
> பாடல்களையும் கொடுத்த பொக்கிஷம்...

வள்ளுவன்...

> இரு வரிகளில் உலக பொதுமறையே அடக்கியவன்...
>
> அனைத்து "திருக்குறளுமே" எல்லா
>
> நேரத்திலும், எல்லா சந்ததிகளுக்கும்
>
> வாழ்க்கையில் பொருந்தும்...

ஒளவையார்...

> "ஒளவைப்பாட்டி" என்று செல்லமாக
> அனைவராலும் அழைக்கப்படுபவள்...
> உன் "கணபதி" பக்தி உலகிற்கு
> உணர்த்தியது "விநாயகர் அவல்"
> மாடு மேய்க்கும் சிறுவனாக வந்த
> முருகன்
> "சுட்ட பழம் வேண்டுமா?"
> "சுடாத பழம் வேண்டுமா?"
> என்று கேட்டு உன் அறிவுத்திறனை
> மேலும் மேலும் உலகிற்கு
> உணர்த்தியது...
> "ஆத்திச்சூடி" நீ தந்த பொக்கிஷம்...
> "அதியமானிடம்" பெற்ற "நெல்லிகனி"...

காந்தி

காந்தி...

மகாத்மா என்றும்...

தேசதந்தை என்றும்...

அஹிம்சைவாதி என்றும்...

பிடிவாதக்காரர் என்றும்...

வைராக்கியமானவர் என்றும்...

(உண்மை) வாய்மையானவர் என்றும்...

தியாகி என்றும்...

விடுதலை வீரர் என்றும்...

இப்படி பல...

விவேகானந்தர்

விவேகானந்தர்...

காவி உடை அணிந்த இளைஞன்...

உன் வீரப் பேச்சுக்கள்

அனைத்துமே சிந்திக்க வைப்பவை...

எளிமையான வாழ்க்கை

இளைஞர்கள் அனைவருமே

மனம் கவர்ந்தது...

முன்னோர்கள்

முன்னோர்கள்...

என்றுமே நம்மை காக்கும் தெய்வம்...

அவர்களின் ஆசிர்வாதமும், அணுகிரகமும்

என்றுமே நமக்கு நன்மை...

அவர்கள் எதிர்பார்ப்பது ஒன்று மட்டுமே...

தூய்மையான, உண்மையான அன்பு, பக்தி...

உரையாடல்

உரையாடல்...

வாய்விட்டு பேசினால் தான்

சில விஷயங்கள் புரியும்...

சில உரையாடல்கள்...

கண்களாலும்...

மௌனத்தாலும்...

கோபத்தாலும்...

வெறுப்பாலும்...

கண்ணீராலும்...

அணைப்பதாலும்...

மேடைப்பேச்சு

மேடைப்பேச்சு...

வார்த்தைகளின் ஜால விளையாட்டு...

நமது எண்ணங்களின் பிரதிபலிப்பு...

அனைவரின் கவனத்தை ஈர்பதிலும்,

நகைச்சுவையிலும்,

சிந்திக்க வைக்கவும்...

சில கைத்தட்டுகளும்...

சில கருத்துக்களை ஆணித்தனமாக
சொல்லியும்...

சில பேச்சுக்களை பலரை உணர
வைக்கவும்...

இப்படி பல "சில" க்களை அடக்கி
வைத்து

நம் தைரியத்தை வெளி கொணர்ந்து...

பாராட்டு

பாராட்டு...

இதைப் பெற்றுவிட முடியாத
என்று தவிக்கும் மனதிற்கு...
"முயற்சி திருவினையாக்கும்"
என்ற வாக்கின்படி முயன்றே...
என்றோ ஓர் நாள் அடைந்து
விடுகிறோம்...

மருத்துவர்

மருத்துவர்...

கடவுளுக்கு அடுத்தபடியாக
இவரைத்தான் எல்லோருமே
சொல்வார்கள்...
இவர்களின் சேவை போற்றுதல்குரியது...
மணி கணக்கில் தூக்கம் இல்லாமல்
இவர்களின் பணியும், சேவையும்
சொல்ல வார்த்தைகள் இல்லை...
அவர்களின் வெற்றியே
நோயாளியின் நோய் குணமானது தான்...

மருந்து

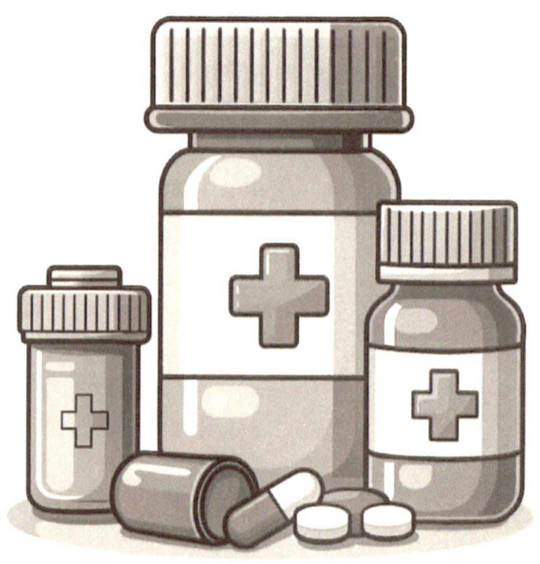

மருந்து...

    சில மருந்து இனிக்கும்...

    சில மருந்து புளிக்கும்...

    ஆனால் பல மருந்து கசக்கும்...

    உணவே மருந்து தான்

    தனியாக தேடி அலைய வேண்டியது
    இல்லை...

மருத்துவச்சாலை

மருத்துவச்சாலை...

இது இல்லை என்றால்
நோய்கள் எப்படி குணமாகும்!?...
சேவை மனப்பான்மையுடன்
சில மருத்துவச்சாலை...
நோய்கள் ஓரளவு
குணமாகி போகும் நோயாளிகள்...
முழுமையாகவும் குணமாகி
போகிறவர்கள் ஒரு சிலர் மட்டுமே...
ஆனாலும்...
முயற்சிகள் சென்று கொண்டுதான்
இருக்கிறது...
புது கண்டுபிடிப்புகள்...
நோய்கள் இல்லா மருத்துவச்சாலை
வேண்டும்.

காத்திருப்பு

காத்திருப்பு...

> வலிகள் நிறைந்த வரிகளும்...
>
> காயங்கள் நிறைந்த ரணமும்...
>
> குமுறல்கள் நிறைந்த கண்ணீரும்...
>
> அன்பு என்ற வரத்தை
>
> கொடுத்து...
>
> பின்பு அன்பையும் எடுத்து...
>
> தனிமையும், கண்ணீரையும்,
> சோகத்தையும்...
>
> தந்தது இந்த அன்பின் சாபம்...
>
> மீண்டும் அந்த அன்பு கிடைத்து
> விடாதா!?
>
> என்ற நம்பிக்கையோடு...
>
> காத்திருக்கிறேன்...

ஆலோசனை

ஆலோசனை...

எளிதாக கிடைக்கக்கூடியது...

யார் வேண்டுமானாலும் யாருக்கும்

சொல்லலாம்..

அதை கடைபிடிப்பது என்பது

மிகவும் அரிது...

சில ஆலோசனைகள் நம் நிலைமையை

நல்வழி படுத்தும்

சில ஆலோசனைகளை நம்

மனம் ஏற்பதில்லை.

நடைபயிற்சி

நடைபயிற்சி...

தினமும் நடந்தால் உடலுக்கு நல்லது
இது மருத்துவரின் ஆலோசனை
தினமும் நடந்தால் நம் மனசோர்வு
இல்லாமல் நம் மனமும், அறிவும்
பரந்து விரிவடையும்.

மாட்டு வண்டி

மாட்டு வண்டி...

பழைய காலத்து ஊர்தி...

எத்தனை தான் சுமைப்பாயோ!

மக்களையும்...

பொருட்களையும்...

மூட்டைகளையும்...

உன்னில் செல்லும்போது...

சிறுவர்களுக்கு எத்தனை மகிழ்ச்சி...

அந்த மாட்டின் மணி ஓசையும்...

அதன் காலின் சலங்கையும்...

வண்டிக்காரன் சத்தமும்...

அதன் வேகமும்...

இப்படி எத்தனையோ!...

குதிரை வண்டி

குதிரை வண்டி...

சில நேரங்களில் தேராகவும்...

தேர் என்றால்? பார்த்தனுக்கு,

சாரதி மட்டும் ஓட்டும் தேராக
அல்லாமல்...

மணமக்களுக்கும் தேராக...

பல நேரங்களில் அன்று...

மக்களை சுமந்து செல்லும்
ஊர்தியாகவும்,

போர்களில் மட்டுமல்ல...

இறைவனை வீதியுலா சென்று
மகிழ்விப்பதிலும்...

மிதிவண்டி

மிதிவண்டி...

உன்னை மிதித்து தான் செல்ல
வேண்டுமா?!

ஒரு சக்கரமாக - வட்டரங்கில்

இருசக்கரமாக - நடைமுறையிலும்

தொடர் மூன்று, நான்கு சக்கரமாக
இணைந்து

பல சுற்றுலா தலங்களிலும்...

உன் மீது பயணம் செய்வதே

ஓர் ஆனந்தம்...

சிறுவர்களுக்கு நீ ஒரு உந்துகோல்...

பெரியவர்களுக்கு நீ ஒரு மகிழ்ச்சி...

விசையுந்து

விசையுந்து...

எரிபொருளிலும், மின்சாரத்திலும் இன்று

எத்தனை, எத்தனை உருவங்களில்?!...

அன்று...

யாரோ ஒருவர் வீட்டில் மட்டும் தான்

நீ...

இன்று...

அனைவர் வீட்டிலும் உன் அவசியம்...

உலகம் முழுவதும் உன்னை வைத்து

சுற்றும் அளவிற்கு மக்களின் பேரார்வம்...

தானுந்து

தானுந்து...

நீ இல்லாத வீடுகளே இல்லை...
விசையுந்து போலவே நீயும்,
எரிபொருளிலும், மின்சாரத்திலும்,
பல உருவங்களிலும் இயங்கிச்
செல்வதில் என்ன ஒரு ஆச்சரியம்!?...
இப்போதெல்லாம் உன்னுள் இருப்பதே
ஓர் பாதுகாப்பு...
வீட்டின் ஒரு உறுப்பினராக...
என்னுள் ஓர் அங்கமாக...

ரயில்

ரயில்...

உன் "கூ" "சிக்குபுக்கு" என்ற ஓசையும்

உன் தலை மேலிலிருந்து வரும்
புகையும்

அன்று ரயிலுக்கே உள்ள தனி அழகு

இன்று...

மின்சாரத்தில் நீ போகும் வேகமும்...

மேலிருந்து கீழும்...

கீழிருந்து மேலும்...

நீயே உன்னை இயக்கிச் செல்லும்

வேகமும் மிகவும் அதிசயமாக...

எல்லாம் இருந்தாலும்... எல்லாம்
மாறினாலும்

நீ தண்டவாளத்திலும், குகைகளிலும்,
மலையிலும் செல்லும்போது

அந்த ஆட்டமும், ஜன்னல் வழியே

அந்த இயற்கையை ரசிக்கும் அற்புதமே..
அற்புதம்...

விமானம்

விமானம்...

ஆகாய மார்க்கமாகவே செல்லும்
உன்னுள்

இருந்து மேகத்தையும், வானத்தையும்,

பூமியையும் ரசிக்கும் அழகே தனி...

ஆகாயத்தில்...

தேவர்களும்...

மாயாவிகளும்...

கந்தவர்களும்...

அரக்கர்களும்...

மட்டுமே செல்லும் பரந்த ஊர்தியாக
அன்று...

இன்று...

மனிதர்களும் செல்லும் ஓர் அற்புத

ஊர்தியாக...

கப்பல்

கப்பல்...

இதில் எத்தனை வகை...
கடலிலே மிதந்து கொண்டு போகிறாயே!
உனக்கு காய்ச்சல் சளி வராதா!
என்றாவது ஒருநாள் வெற்று நிலத்தில்
நிற்க ஆசையா?!
ஆகாயத்தில் பறக்க ஆசையா?!
கடலின் அழகையும் இயற்கையின்
ஓவியத்தையும்
ரசித்து கொண்டே நீந்தி...

கடல்

கடல்...

உன்னுள் எத்தனை ஜீவராசிகள்!
உன் நிறம் தான் என்ன?!
ஒவ்வொரு நேரமும் மாறிக்கொண்டே...
உன் நீளம் அளவிட முடியாதது...
அலைக்கும், கரைக்குமான அந்த
அற்புத உறவு...
நிஜமாகவே உன்னுள் இருந்து தான்
சூரியன் தோன்றவும், மறையவும்
செய்கிறானா!?
வானத்திற்கும், உனக்கும் அப்படி என்ன
தான் நெருங்கிய உறவு!?
பலருக்கு நீ ஒரு அமைதி பூங்கா
உன் நீர் மட்டும் ஏன் உப்பாகவே
இருக்கிறது?
உன் ஆழத்தை அந்தப் பள்ளி கொண்ட
பெருமாளும், மகாலட்சுமி மட்டுமே
அறிவார்கள்...

சொந்த ஊர்
(திருநெல்வேலி)

சொந்த ஊர்...

திருநெல்வேலி சீமையிலே பிறந்து

வீரம் நிறைந்த தமிழச்சியாய்...

அல்வா மட்டும் பேர் போனதல்ல

அறிவாளும் தான்.

பிறரை வெட்ட அல்ல...

காக்கும் காவல் தெய்வமாய் தான்

அறிவாள்...

பெயர் சொல்லும் பூமி...

"வேலியாக" "நெல்லை" காத்த

"நெல்லையப்பரும்", "காந்திமதி

அம்மையும்"

அருள் புரியும் கருணையே கருணை...

"பரதத்தின்" பிறப்பிடமே இங்கு தான்...

தூய்மையான காற்றும், மக்களின்

வெள்ளந்தியான பேச்சும்,

அன்பும், உதவியும்...

அனைத்துமே ஒர் சொர்க பூமிதான்...

திருச்செந்தூர்

திருச்செந்தூர்...

செந்தூர் நாதனின் இருப்பிடம்...
ஆறுபடை வீடுகளின் தனித்துவம்...
கடலை ஒட்டி செந்தூர் நாதனின்
கோவில்...
நான் படித்த பொறியியல் கல்லூரியும்
இங்கு தான்...
விடுதியின் பூஜை அறையில் இருந்து
பார்த்தால் செந்தூர் நாதனின்...
"கோபுர" தரிசனம்...
என்னே! உன் கருணை முருகா!
பசுமையான வயல்களும்...
அந்த அழகிய கடலும்...
இறைவனின் இருப்பிடம்...

சென்னை

சென்னை...

என் வாழ்க்கையில் பொன்னான
காலமே இந்த சென்னைதான்...
நான் வேலை பார்த்து அந்த
ஒரு வருடம் எட்டு மாத காலம்
எல்லாமே இருந்தது...

* சந்தோசம்...
* சோகம்...
* கண்ணீர்...
* ஏமாற்றம்...
* பயம்...
* துணிவு...
* பக்தி...
* அன்பு...
* நட்பு...
* தனிமை...
* கோபம்...
* சண்டை...

இப்படி பல...
சில என்றும் நினைவலைகள் ரீங்காரம்
இட்டு கொள்ளும் இடங்கள்...

- வேலை பார்த்த இடம்...
- விடுதி...
- கபாலீஸ்வரர் கோவில் (மயிலை)
- நவசக்தி விநாயகர் கோவில் (லஸ் பிள்ளையார்)
- ஆழ்வார்பேட்டை ஆஞ்சநேயர் கோவில்
- நங்கநல்லூர் ஆஞ்சநேயர் கோவில்
- வடபழநி முருகன் கோவில்
- சென்னை சிட்டி சென்டர்
- நாகேஸ்வர ராவ் பார்க்
- வெங்கடசுப்பிரமணியர் கோவில்
- விஜபி உணவகம்
- சரவணபவன்
- சங்கீதா உணவகம்
- வசந்த பவன்
- ஸ்பென்சர் பிளாசா
- உதயம் தியேட்டர்
- தேவி தியேட்டர்
- ஆல்பர்ட் தியேட்டர்
- சத்தியம் தியேட்டர்

- ஐநாக்ஸ் (சிட்டி சென்டர் மொழி திரைப்படம்)
- பெரியப்பா வீடு
- பெரியம்மா வீடு
- பல்லாவரம் (தோழி வீடு)
- வலசரவாக்கம் (தோழி வீடு பெரும்பாலும் செல்லும் இடம்)
- பறக்கும் ரயில் (மயிலை)
- தேனாம்பேட்டை (தோழி வீடு)
- ஆனந்தாஸ் உணவகம் (தேனாம்பேட்டை)
- 21 மந்தவெளி பிராட்வே
- எழும்பூர் ரயில் நிலையம்
- மெரினா கடற்கரை
- அடையார் ஆனந்த பவன் (மயிலை)
- ஸ்ரீ குமரன் (மயிலை)
- தி.நகர்
- மாகிக்காஸ் (மூகாம்பிகை காம்ப்ளக்ஸ்)
- மந்தவெளி பி எஸ் எஸ் மருத்துவ சாலை
- கனி கலக்ஸன்

- இளநீர் கடை
- சூப் கடை
- மகாஸ் அழகு நிலையம்
- சாய் பாபா கோவில்
- மாமா வீடு
- கிருஷ்ணா ஸ்வீட்ஸ்

இப்படி பல பல...

தோழிகள், தோழர்கள் -

சென்னை சிட்டி சென்டர்... (பெரிய திருப்புமுனைகளும்)

என் வாழ்வின் அழகான

தருணங்களையும்...

மறக்கவே முடியாத

பசுமையான நினைவுகளையும்

தந்து இன்னும் என்னை

ரசனை மிக்கவளாக ரசித்து,

சிரித்து, மகிழ்ந்து...

மிக்க நன்றி

- சென்னை சிட்டி சென்டர்...

பெங்களூர்

பெங்களூர்...

நான் 17 வருடமாக இருக்கும் இடம்...

என் வீடு... என் உறைவிடம்...

எத்தனை அருமையான வானிலை...

சொந்த வீடு, விசையுந்து, தானுந்து...

என் பொக்கிஷமான கடவுள்

தந்த வரமாக என் மகன்...

எத்தனை மாற்றங்கள்...

புதிய உறவுகள், புதிய நட்புகள்

வாழ்க்கையே ஒரு புதுவிதமாக

மாற்றியது இந்த பெங்களூர்...

பாண்டிச்சேரி

பாண்டிச்சேரி...

இந்தப் பெயர் கேட்டாலே

* "மணக்குள விநாயகர்" தான் நினைவில் வருகிறது அழகான ஆலயம்... மன நிறை உடையது...

* கடற்கரை.

* தோழன் வீடு...

* பூங்கா..

* அரவிந்த் ஆசிரமம்...

* அருங்காட்சியகம்...

* கடை உலா...

* பிரெஞ்சு காலனி...

வாழ்வின் ஓர் வசந்தமாக என்றும் தென்றலாக...

கனவு

கனவு...

 "கனவு காணுங்கள்" என்றார் "அப்துல்
கலாம்"

 கனவு...

 கனவு (இது) இல்லையென்றால்...

 உறக்கம் இல்லை...

 வெற்றியும் இல்லை...

 நினைவுகளும் இல்லை...

 வாழ்க்கையும் இல்லை...

ஓவியம்

ஓவியம்...

பல வண்ண நிறங்களும்...

வண்ணம் அல்லாது வெள்ளை
காகிதத்தின்

கருப்பு நிற அழகான உயிர் உள்ள
உருவமும்...

சிலருக்கு (அது) ஓவியம் ஒரு கலை...

சிலருக்கு ஓவியம் ஒரு காப்பியம்...

சிலருக்கு ஓவியம் ஒரு மொழி...

சிலருக்கு ஓவியம் ஒரு இறையன்பு...

பலருக்கு கண்களை பிரமிக்க வைக்கும்

அதிசயம், அற்புதம், பொக்கிஷம், அமைதி
மகிழ்ச்சி...

ஆசை

ஆசை...

ஆசையே படக்கூடாது என்றான் ஒரு
"ஞானி"

"ஆசை வைப்பதே அன்பு தொல்லையே"
என்றான் ஒரு கவிஞன்

"ஆசை இல்லை என்றால்" நம் இலக்கே
அடைவது எப்படி?!

நாணம்

நாணம்...

இது பெண்களுக்கு உரியதென்று...

சில நேரம் ஆண்களுக்கும்...

வெற்றி

வெற்றி...

நினைத்ததை அடைந்து விடுவது

மட்டும் வெற்றி அல்ல...

முடியாததை முடித்து

காட்டுவதும் வெற்றி தான்...

நம்மை நாமே வெல்வதும்

வெற்றி தான்...

பிறருக்கு நன்மை செய்வதும்

வெற்றி தான்...

பகைவனுக்கு கூட பிரியமானவர்களாவது

கூட தோன்றுவதும் வெற்றி தான்...

பிறரின் தனிமையிலும், சோகத்திலும் உடன்

இருப்பதும் வெற்றி தான்...

வேல் என்றாலும்

வெற்றி தான்...

ஜெய் ஸ்ரீராம் என்றாலும்

வெற்றி தான்...

தோல்வி

தோல்வி...

வெற்றியின் ஏணிப்படி என்பார்கள்...

உண்மையில் தோல்வியில் தான்

பல பாடங்களை கற்கிறோம்...

பல துன்பங்களை பார்கிறோம்...

பல மனிதர்களின் நிறத்தை(அகத்தின்)
காண்கிறோம்...

பல மதிப்புகளை உணர்கிறோம்...

எல்லாவற்றுக்கும் மேல்...

நாம் யார் என்று நம்மை

நாமே அறிகிறோம்...

துவண்டு போகாமல்...

முன் நின்று எழுந்து,ஏணியை நோக்கி...

(வெற்றி) பயணம் தொடரும்...

கோபம்

கோபம்...

> கோபம் ஒரு மிக பெரிய ஆயுதம்
>> சில நேரங்களில் நன்மையாகவும்...
>> பல நேரங்களில் தீமையாகவும்...
> கோபித்துக் கொள்ளுங்கள்...
>> சில நேரங்களில் உங்கள் மீதும்...
>> பல நேரங்களில் பிறர் மீதும்...
> ஏனென்றால் நாம் மனிதர்கள் தானே!
>> கோபம் வரத்தான் செய்யும்.
> சில கோபம் அழுகையிலும்...
> சில கோபம் மகிழ்ச்சியிலும்...
> எதுவும் நல்லதல்ல. தெரியும்...
> நம்மை நாமே நொந்து கொண்டு,
> நம் கோபத்தை மௌனமாக...

சண்டை

சண்டையிடுங்கள்

உங்கள் அன்பிற்காக...

உங்கள் உரிமைக்காக...

உங்கள் புரிதலுக்காக...

உங்கள் மதிப்பிற்காக...

அமைதி

அமைதி...

இப்பொழுது உள்ள சூழ்நிலையில்,
அனைவருக்கும் தேவையான ஒன்று,
எப்படி கிடைக்கும்...

சிலருக்கு பிறரின் அன்பின்
மூலம்...

சிலருக்கு இறைவழிபாட்டின்
மூலம்...

சிலருக்கு தியானத்தின் மூலம்...

சிலருக்கு எழுத்தின் மூலம்...

சிலருக்கு ஓவியத்தின் மூலம்...

சிலருக்கு வேலையின் மூலம்...

சிலருக்கு இசையின் மூலம்...

சிலருக்கு ஊர் சுற்றுதலின்
மூலம்...

சிலருக்கு தனிமையும் மூலம்...

பலருக்கு அதுவும் கூட
கிடைப்பதில்லை

ஏனென்றால்?

அவர்களின் உணர்வுகள்
எல்லையற்றது...

அவர்களின் அமைதி நினைவுகள்
மட்டுமே...

தனிமை

தனிமை...

தனித்திருப்பது மட்டும்
தனிமை அல்ல...
எல்லோரும் இருந்து யாரும்
இல்லாதது போல் உணர்வதும்
தனிமையே...
சில நேரம் தனிமை
சொல்லும் பாடம் எண்ணில் அடங்கா...
தனிமை...
சில நேரங்களில் இனிமை...
பல நேரங்களில் கொடுமை...
அனுபவித்தவற்கு மட்டுமே...

பிரிவு

பிரிவு...

இது காதலருக்கு மட்டுமல்ல...

நட்பிலும் கூட...

உறவுகளிலும் கூட...

இறப்பின் மட்டுமல்ல...

உயிருடன் இருக்கும் போது...

அதுவும் மிக அருகில் இருக்கும்போது...

அருகாமையில்...

இதன் ரணம் உணர்ந்தவருக்கு மட்டுமே...

மறதி

மறதி...

இது ஒரு வரம் கிடைத்தவருக்கு...
என்னடா மறதி ஒரு வரமா! என்று
கேட்கிறீர்களா?
ஆமாம்...
பல ரணங்களை மறத்தலும்...
பல கசப்பான நினைவுகளை மறத்தலும்...
சில மறக்கவே முடியாத
நினைவுகளை மறத்தலும்...
இப்படி பல பல, சில சில காயங்களை
மன காயங்களை மறத்தலும்...
வரம் தானே!?

மௌனம்

மௌனம்...

இது ஒரு பெரிய ஆயுதம்...
யாருக்கு?!
சில நேரங்களில் பிறருக்கு...
பல நேரங்களில் நமக்கு...

உதவி

உதவி...

பொருளாகவோ! பணமாகவோ!
கொடுப்பதன்று...

ஒருவரின் தேவை அறிந்து
கொடுப்பதன்று...

ஒருவரின் தேவைகள் அல்லாத
நேரத்திலும்
கொடுப்பது...

ஒருவரின் துயர நேரத்திலும்,

மன அழுத்தத்திலும்,

ஆறுதல் வார்த்தைகளும், அவர்கள் யார்

என்று அவர்களின் நற்பண்புகளை

உணர்த்தி எழச்செய்வதும் மிகப்பெரிய

உதவி...

எல்லா நேரத்திலும் விட்டுக்
கொடுக்காமல்

ஒருவரை நேசிப்பதும் உதவியே...

அன்னதானம்

அன்னதானம்...

தானத்தில் மிகச்சிறந்த தானம்
அன்னதானம்...

ஒருவர் போதும் என்று சொல்வது தான்
அதன் அழகே!

பலரின் பசியை ஆற்றும் தானம்...

இதில் எந்த பாகுபாடும் கிடையாது...

அன்னபூரணியாக இருந்து அளிப்பது
தான்...

குலதெய்வம்

குலதெய்வம்...

முன்னோர்களால் கும்பிட்ட தெய்வமா?!

அல்ல முன்னோர்களே தெய்வமா?!

குலதெய்வம் - குலத்தைக் காக்கும்
தெய்வம்

என்கிறார்கள்...

குலதெய்வமா?!அல்ல காவல் தெய்வமா?!

ஆம்!

அனைத்துமே ஒன்று தான்.
குலதெய்வம்...

பிரார்த்தனை

பிரார்த்தனை...

    உள் அன்போடு...

    கண்ணீர் மல்க...

    வார்த்தை இன்றி...

    உணர்வு மட்டுமே...

    இறைவனிடம் கலந்து நிற்பது...

பூஜை

பூஜை...

> தூப, தீப, நெய்வேத்தியம் கடவுளுக்கு
> செய்தால்
> மட்டும் பூஜையா?!
> முன்னோர்களுக்கும்...
> நாம் நேசித்த எந்த உயிர் உள்ள
> மற்றும் உயிரற்ற ஜீவனுக்கும்
> செய்வது மனத்தின் உண்மையான
> அன்போடு செய்வதோ
> மிகச்சிறந்த பூஜை...

கோமாதா

கோமாதா...

தானங்களில் சிறந்தது ஒன்று "கோ"
தானமாம்

எத்தனை தலைமுறைக்கும் அந்த தானம்

நம்மை காக்குமாம்...

பசுவும், கன்றும்...

அன்னையும், பிள்ளையும் போல...

முப்பத்தி முக்கோடி தேவர்களும்,

அனைத்து கடவுள்களும் அதனுள் அருளி

இருக்கின்றார்கள்...

பால் மட்டும் தரவில்லை...

நமக்கு பல நன்மைகளும்,

பல சக்தியையும் அருளிச் செய்தது...

கோமாதா உன்னை போற்ற வார்த்தைகள்

போதாது...

என்றும் குலம் காக்கும் ஓர்

அற்புத மாதா நீ தான் "கோ" "மாதா"...

புராணம்

❖

பொருளடக்கம்

புராணம்...

எத்தனை புராணங்கள் இருந்தாலும்
அதில் சொல்லப்படுவது இறையன்பு...
பக்தி, தூய்மையான அன்பு மட்டுமே..
நன்மையும், உண்மையும் என்றுமே
வெல்லும்...
தீமை எப்போதுமே தோற்றுத்தான்
போகும்...
நாம் செய்த புண்ணியம் நம்மை மட்டும்
காத்து அருளாது.
நம் பின்வரும் சந்ததிகளையும் காக்கும்...
புராணங்கள் உணர்த்துவது தெளிவு, மன
அமைதி...

திருவிழா

திருவிழா...

பலூன்களும்...

ராட்டினங்களும்...

உறவினர்களும்...

பலவிதமான சுவையான உணவுகளும்...

வண்ண வண்ண பூக்களும்...

பூஜைகளும்...அலங்காரமும்,

கண்ணாடி வளையல்களும்...

எண்ணற்ற விதவிதமான கடைகளும்...

ஜாதி, மத பேதமின்றி, மகிழ்ச்சியுடன்,
ஒற்றுமையுடன்...

பண்டிகை

பண்டிகை...

எதை விடுவது...

எதை சொல்வது...

அத்தனை பண்டிகைகளிளும், அத்தனை உணர்வு...

அர்த்தம், மகிழ்ச்சி...

முதலில் பண்டிகை என்றால் மகிழ்ச்சி.

காரணம்...

புதிய உடை...

என்றும் பார்க்காத இனிப்பு வகைகள்,

கார வகைகள்,

ஒவ்வொரு பண்டிகைக்கும்

ஒவ்வொரு விதமான வழிபாடு முறை...

கோலம்

கோலம்...

மாக்கோலமா?

அரிசிக்கோலமா?

வண்ணக் கோலமா?

இப்படி பல கோலங்கள்...

8 புள்ளி கோலம்...

16 புள்ளி கோலம்...

இப்படி சொல்லிக்கொண்டே போகலாம்...

அம்மா போடும் அந்த அழகான கோலம்...

கணக்கு வரவில்லை என்றாலும்

அந்தப் புள்ளிகளும் அந்த கோடுகளும்

இணையும் அழகே அழகு.

அது ஒரு தனி கலை தான்...

அந்த கலைக்கும் எனக்கும் ஏணி
வைத்தால்

கூட எட்டாதது...

புள்ளி இல்லா ரங்கோலி கோலம்...

ஒரு ஓவியத்தை இந்த கோலம்...

மிக பிரமிப்பு...

திருவிழாக்களிலும்...

பண்டிகைகளிலும்...

வீட்டு விசேஷங்களிலும்...

கோவில்களிலும்...
போட்டிகளிலும்...
திருமண மண்டபங்களிலும்.
தெருக்களிலும்...
வீடு தோறும்
உன்னை பார்க்க கண் குளிரும்...

கண்காட்சி

கண்காட்சி...

பொழுதுபோக்கும் இடமாம்.

கண்ணுக்கு மகிழ்ச்சியான காட்சி

கொடுப்பதால் தான் கண்காட்சியா?!

உன்னில் எத்தனை காட்சிகள்...

ஓவியம்...

சிற்பம்...

புத்தகம்...

கலைப்பொருள்.

உணவு...

ஆடை வகைகள்...

ஆபரணங்கள்...

பூக்கள்...

நாடகம்...

இசை...

கருவிகள்...

வாகனங்கள்...

பொக்கிஷங்கள்...

புகைப்படங்கள்...

நினைவுகள்...

இப்படி எண்ணில் அடங்கா...

பொம்மலாட்டம்

பொம்மலாட்டம்...

இது ஒரு பழமையான கலை...

ஆட்டமும்...

பாட்டமும்...

பேச்சும்...

கயிறும்...

எல்லாமே ஒருவன் கையில்...

அது போலத் தான்

நம் வாழ்க்கை...

இறைவன் கையில்...

தங்கம்

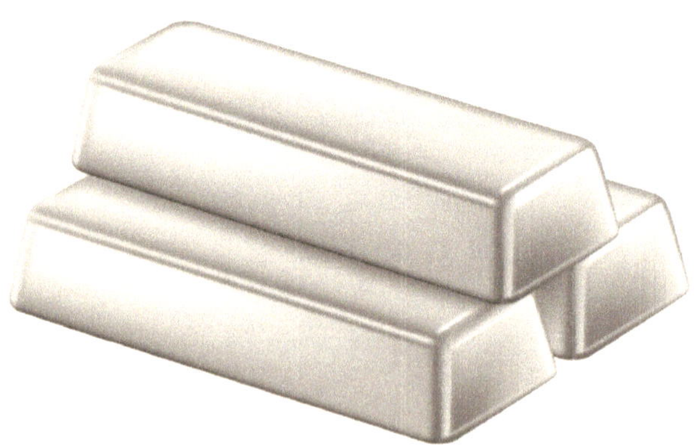

தங்கம்...

அணிகலன்களாகவும்,

காசாகவும்,

கட்டிகளாகவும்...

உன் விலை நாளுக்கு நாள்

ஏறிக்கொண்டு தான் போகிறது...

உன் மதிப்பும் கூடிக் கொண்டுதான்
போகிறது...

ஆனால்...

உன்னை அனைவரும் பிரியமுடன்

வாங்கி கொண்டு தான் இருக்கிறார்கள்

உன்னை பார்த்தால்...

பெண்களுக்கு மட்டும் ஆசை இல்லை

சிறுவர்களுக்கும், ஆண்களுக்கும்...

நன்றி

நன்றி சொல்லுங்கள்...

உங்களை நேசித்தவர்களுக்கு...

நன்றி சொல்லுங்கள்...

நீங்கள் நேசித்த வரை...

நன்றி சொல்லுங்கள்...

உங்களுக்கு துரோகம் செய்தவரை...

நன்றி சொல்லுங்கள்...

உங்களை காயப்படுத்தியவர்களை...

நன்றி சொல்லுங்கள்...

உங்களை விட்டு போனவர்களுக்கு...

நன்றி சொல்லுங்கள்...

உங்களுக்காக பிராத்தனை
செய்தவர்களுக்கு...

நன்றி சொல்லுங்கள்...

உங்களுக்கு வாழ்க்கை பாடம்
கற்பித்தவர்களுக்கு...

நன்றி சொல்லுங்கள்...

உங்களின் கஷ்ட காலங்களில் உடன்
இருந்ததுக்கு...

நன்றி சொல்லுங்கள்...

உங்களுக்கு உதவி செய்ததர்க்கு...

நன்றி சொல்லுங்கள்...

உங்கள் மகிழ்ச்சியில் உடன்
இருந்ததுக்கு...

நன்றி சொல்லுங்கள்...

உங்களை அவமானப்படுத்தியதர்க்கு...

நன்றி சொல்லுங்கள்...

இப்படி பல பல நன்றியை...

ஏன் என்றால்...

அவர்களின் செய்கையால்

உங்கள் வாழ்வின் உயர்வு
செழிப்பானதர்க்கு...

மன்னிப்பு

மன்னிப்பு...

மன்னித்து விடுங்கள்...

உங்களின்

- சோகத்தை...

- துக்கத்தை...

- கோபத்தை...

- அறியாமையை...

- ஏமாற்றத்தை...

- முட்டாள்தனத்தை...

- வலியை...

பிறருக்காக அல்ல...

உங்களுக்காக...

கண்ணாடி

கண்ணாடி...

நம் நிஜத்தை காட்டும்...

உடைந்தால் ஒட்ட வைக்க முடியாது
தான்...

நம் வாழ்க்கையில் சில நேரங்களும்

அப்படித்தான்...

ஆண்டாளுக்கு மட்டும் எப்போதுமே

கண்ணனை காட்டும் அதிசயமே!

காதலனுக்கு காதலியையும்...

காதலிக்கு காதலனையும்...

காட்டும் அற்புதமே!

அழகை மட்டும் காட்டுவது அல்ல

அழுகையும் காட்டுவது...

உன்னை அனைத்து இடத்திலுமே
வைக்கலாம்,

நீ அதிர்ஷ்டமாம்...

நீ நீயாக முழுமையாக இருக்கும்போது
மட்டும்தான்...

அதுவே நீ உடைந்து விட்டால்...

எல்லாம் தலைகீழாக மாறும்...

உனக்கு "கண்ணாடி" என்று பெயர்
எதனாலோ!?

கண்ணைக் கூட ஆட்டாமல்
இருப்பதினாலோ?!

உள்ளதை உள்ளபடி காட்டும் நிஜம்...

புற அழகை மட்டும் காட்டாமல்,

அக அழகையும் காட்டி இருக்கலாம்...?!

கலை

கலை...

கலைஞனின் உயிர் மூச்சு கலை தான்...
கலை இல்லை என்றால்
மனித வாழ்க்கையில் சுவாரசியமே
இருக்காது...
எத்தனை கலைகள்

- ஓவியம்
- நாட்டியம்
- பாடல்
- இசைக்கருவிகள்
- நாடகம்
- பொம்மலாட்டம்
- தெருக்கூத்து
- மேடைப்பேச்சு
- சிற்ப வடிவம்
- மண் வடிவம்

இப்படி பல...

புரதம்

பரதம்...

என்ன ஒரு அற்புதமான கலை!
" நடராஜரின் " சொந்த கலை
அதாவது பரதத்தின் முழு முதற்
தோன்றலே என் அப்பன் சிவன்
நாட்டிய நாயகன் நடராஜர்.
தமிழ்நாட்டின் பாரம்பரிய நடனம்.
இதில் எத்தனை வகை பாவனை
அந்த சலங்கை ஓசையில்
ஒவ்வொரு கால்கள் ஆடும் போதும்,
கைகள் அசையும் போதும்,
முக பாவனைகளும்...
அத்தனை பிரமிப்பு..
அனைவராலும் ஈர்க்கப்பட்ட கலை...

இசை

இசை...

நீ ஓர் மயக்கும் கலை...

ஆம்!

பல நேரங்களில் மனதிற்கு மருந்தாகவும்

பல நேரங்களில் மகிழ்ச்சியின் உச்சத்திற்கும்...

பல நேரங்களில் ஓர் விஞ்ஞானியாகவும்...

பல நேரங்களில் இறைவனாகவும்...

உன்னில் உள்ள கருவிகள் அனைத்துமே
ஈர்புடையது...

இசை இல்லை என்றால் மன அமைதி,

மன மகிழ்ச்சிக்கு...?

பாடு

பாட்டு...
"சரிகபதநி" என்ற ஏழு சுரங்களால்
மட்டும் அல்ல...
தாலாட்டு பாட்டிலும்...
நாட்டுபுற பாட்டிலும்...
ஒப்பாரியிலும்...
கானா பாட்டிலும்...
இறைவழி பாட்டிலும்...
எத்தனை கருத்துக்கள்!
அர்த்தங்கள்!
கண்ணீர் துளிகள்!
உணர்ச்சிகள்!
பரமானந்தம்!
பாட்டு பாடுவதில் மட்டுமல்ல
பாட்டு கேட்பதிலும் ஓர்
மனநிறைவு.

அம்மா
கவிதை
உருவம் அறியா கருவிலும்
எனைக் காதல் செய்தவளே..

கவிதை...

வார்த்தைகளின் விளையாட்டு...

அதன் நடை...

வர்ணிக்கும் முறை...

சில நேரங்களில் மகிழ்ச்சியின்
வெளிப்பாடு

பல நேரங்களில் ரணங்களின்
குமுறல்கள்...

சில நேரங்களில் கற்பனையின் உச்சி...

பல நேரங்களில் எதார்த்தத்தின் தன்மை...

அனைத்துமே

* பார்த்து...

* ரசித்து...

* சிரித்து...

* அழுது...

* சிந்தித்து...

* நேசித்து...

* மௌனித்து...

உணர்வுகளின் மொத்த உருவம்...

கதை

கதை...

நிஜத்தை கலந்த நிழலாகவும்...

கற்பனை ஊடுருவிய கனவாகவும்...

சிந்திக்க வைக்கும் சிற்பியாகவும்...

வர்ணம் பூசும் வண்ணமாகவும்...

தொடரும் தொடர்கதையாகவும்...

சற்றும் எதிர்பாராத நேரத்தில்
முடிவாகவும்...

படிப்பவரின் எதிர்பார்ப்பை
தூண்டுவதிலும்...

உற்சாகத்தில் எல்லையாகவும்...

இப்படி பல பக்கங்கள் நிரம்பி

வழியும் ஊற்றாக...

ஒரே மூச்சில் படிக்க, ரசிக்க
உற்சாகமான சாக்லெட் பரவசம்!
101
ஒரு நிமிடக் கதைகள்
விகடன்
பிரசுரம்

சிறுகதை...

நான்கு பக்கம் அல்லது ஐந்து

பக்கங்களில் அழகாக,

நேர்த்தியாக, எளிமையாக

நம்முள் அலை மோதி

சென்று, வாசிக்கும்

சுவாரஸ்யத்தில் குறையில்லாமல்

முடியும் போது...

இன்னும் கொஞ்சம் இருந்திருக்க

கூடாதா என்ற

உணர்வின் தாக்கம்...

படம்

படம்...

இரண்டு அல்லது மூன்று மணி நேர
ஒலி, ஒளி நாடாக்களை கொண்டு
மக்களை நகர விடாமல்
கண் இமைக்காமல் ரசிக்க வைப்பது...

புகைப்படம்

புகைப்படம்...

நம் கண் பார்க்கும் ஓர்
அருமையான நினைவு
அலைகள் தான் புகைப்படம்...
எண்ணங்கள் ஆயிரம் ஓடினாலும்
சில நேரங்களில் புகைப்படத்தை
பார்க்கும்போது

- மகிழ்ச்சியாக...
- கண்ணீராக...
- மௌனமாக...
- கோபமாக...
- ஆறுதலாக...
- பொக்கிஷமாக...
- நினைவுச்சின்னமாக...

தொலைக்காட்சி

தொலைக்காட்சி...

இதில் கருப்பு வெள்ளை மற்றும்

வண்ணம்...

நான் பார்த்தது என் சிறு வயது

எங்கள் வீட்டில் இருந்தது

கருப்பு வெள்ளை தொலைக்காட்சி தான்...

என் ஒன்றாம் வகுப்பு முதல்

பொறியியல் கல்லூரி முடிக்கும்

வரை கருப்பு, வெள்ளை தொலைக்காட்சி

தான்...

அதன் பிறகு மாறியது

வண்ணத் தொலைக்காட்சி...

அப்போது தான் தெரிந்தது...

அத்தனை கண்ணை பறிக்கும்

வண்ணங்களை பார்க்காமல்

போனோம் என்று...

நீ ஒரு பொழுதுபோக்கு கருவி

மட்டுமல்ல...

செய்திகளிலும்...

பாடல்களிலும்...

படங்களிலும்...

நாடகங்களிலும்...

வயலும் வாழ்விலும்...

கண்மணி பூங்காவிலும்...

நேரலைகளிலும்...

எதிரொலிகளிலும்...

வாசிப்பதிலும்...

பேட்டிகளிலும்...

உலக தகவல்களிலும்...

இப்படி ஆயிரக்கணக்கான உன் ஒலி

அம்சம் எங்களின் கண், காதுக்கு

ஒரு புதையல்.

வானொலி

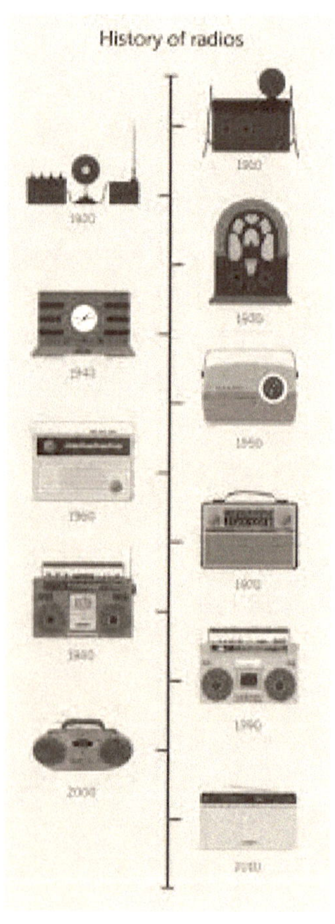

வானொலி...

இன்று வானொலி தினமாம் (13-Feb-2025)

நீ இல்லை என்றால்...

என் சிறுவயது அழகாகவே

இருந்திருக்காது...

வானொலி...

பாடல்களும்...

செய்திகளும்...

வர்ணனையும்...

பிற மொழி பாடல்களும்...

இறைப்பாடல்களும்...

இன்று ஒரு தகவல்களும்...

சினிமா பட ஒலி நாடாவும்...

கவிதைகளும்...

கதைகளும்...

கடிதங்களும்...

ஒவ்வொன்றும் சொல்லும்
ஒவ்வொரு

வானொலி புரவலர்

அற்புதமே! அற்புதம்...

அனைத்து பாடல் வரிகளும்,
இசையுடன்

மனப்பாடம் செய்தது வானொலி
கேட்பதால் மட்டுமே...
என் சிறுவயது வானொலி
நிலையம்
திருநெல்வேலி வானொலி
நிலையம்...
தூத்துகுடி வானொலி நிலையம்...
சிலோன் வானொலி நிலையம்...
(விரும்பி, கேட்டு, ரசித்து,
மகிழ்ந்தது)

கடிதம்

கடிதம்...

இப்போதெல்லாம் கடிதம் என்று
மறந்து போய்விட்டது...
நம் உணர்வுகளை வார்த்தைகளால்
அழகாக எவ்வளவு தூரத்தில்
இருந்தாலும் எழத்து வடிவமாக
கொண்டு செல்லும் இந்த
கடிதத்தின் அருமை மிகப் பெரியது...
அடுத்த கடிதத்திற்காக வரும்
காத்திருப்பு எவ்வளவு இனிமை...
வரலாறு மீண்டும் திரும்பும் என்பார்கள்
அது போல...
கடிதம் எழுதும் பழக்கமும் திரும்பும்
என்ற முழு நம்பிக்கையோடு
வெள்ளை காகிதம்...

தொலைபேசி

தொலைபேசி...

தொலை தூரத்தில் இருக்கும்
மக்களிடம் பேசுவதால் இதன் பெயரோ!?
மணிக்கணக்கில் பேசும் மகிழ்ச்சியே
தனி...
எந்த நேரத்தில் நீ அழைத்தாலும்
உன்னை எடுத்துப் பேசுவதில் இருக்கும்
ஆர்வமே தனி தான்...
ஒவ்வொரு எண்ணிற்கும்
ஒவ்வொரு பங்கு
தொல்லை இல்லாமல் பேசிக்
கொள்வதில்
தொலைபேசி ஒரு ஆனந்த கருவி...

கைபேசி

கைபேசி...

தனக்கு என்று ஒரு தனி
அலைபேசி...
நீ வந்த உடன் எண்ணற்ற மகிழ்ச்சி...
பிரியமானவர்களுக்கு
அனுப்பும் குறுஞ்செய்திகளும்...
அழைப்பும்...
புகைப்படமும்...
வீடியோ கால்களும்...
கான்ஃபரன்ஸ் கால்களும்...
மனதில் உள்ளதை உடனே
குறுஞ்செய்திகளாக...
அன்றைய நிகழ்வுகளை உடனுக்கு உடன்
பதிவு செய்வதிலும் எத்தனை வசதி
ஒரு சின்ன பெட்டிக்குள்
உலகமே அடக்கம்...

முகநூல்

முகநூல்...

நம் சொந்தங்களையும், நண்பர்களையும் கூட காண முடியும்...

- புகைப்படங்கள்...
- எண்ணங்கள்...
- உணர்வுகள்...
- ஆன்மீகம்...
- கருத்து பரிமாற்றங்கள்...
- கவிதைகள்...
- ஓவியம்...
- சினிமா...
- கதைகள்...
- கட்டுரைகள்...
- நினைவுகள்...
- அரட்டைகள்...

இப்படி அடுக்கிக் கொண்டே போகலாம்...

படவரி

படவரி...

கண்ணாடி போல் உள்ளதை காட்டும்
பலமுறை நம் உணர்வுகளுக்கு
ஏற்றார் போல் சுருள்களை
காண்பிக்கும் ஒரு நண்பன்
ஆம்!
நம் எண்ணங்களை, மனநிலையை
சரியாக புரிந்து கொண்டு
சுருள்களை (ரீல்ஸ்களை) காண்பிக்கும்
போது
ஒரு சில நேரத்தில் மகிழ்ச்சியும்
பல நேரத்தில் கண்ணீரும்
வலியுமே பெருகி ஓடுகிறது...
இசை, நற்சிந்தனை, ஆன்மீகம்,

செய்திகள், பரிசுப் பொருட்கள்
முகநூலை போலவே படவரியும்
அனைத்தும் அடக்கம்...

பகிரி...

நீ இல்லை என்றால்

எப்படி என் மனச்செய்திகளை

அனுப்புவேன் என் பிரியமானவர்களுக்கு?!...

என்

உணர்வுகளை...

எண்ணங்களை...

சந்தேகங்களை...

மகிழ்ச்சியை...

கண்ணீரை...

புகைப்படத்தை...

ஆன்மீக செய்தியை...

வீடியோ கால்களும்...

ஆடியோ கால்களும்...

நேரலைகளும்...

ஸ்டேட்ஸ்களும்...

டிபிகளும்...

வாழ்வின் மிகப் பெரிய அங்கம்...

ரசிகர்கள்

ரசிகர்கள்...

இவர்கள் இல்லை என்றால்
கலைஞனுக்கு ஏது மதிப்பு!...
ஏது புகழ்!...
அவர்களின் அன்பு அளப்பரியாதது...

ரசிகைகள்

ரசிகைகள்...

ஒரு கலைஞனுக்கு பெரிய

வெற்றியே அனைத்து தர, வயது
வித்தியாசம்

இல்லாமல் கிடைக்கும்

ரசிகைகள் தான்...

அவர்கள் பிரியம் அளவிட முடியாதது...

காலை

காலை...

விடியல் என்ற ஒன்று...

இரவில் இருந்து பகல்...

சூரியன் அதன் வெளிச்சத்தை கரம் நீட்டி

வரவேற்கிறது...

சிட்டுக்குருவிகளின் "கீச் கீச்" என்ற

ஓசையும்...

குயில்களின் பாடலும்...

சேவலின் "கொக்கரக்கோ" வும்..

தென்றலின் மெல்லிய குளிர்...

அந்த அமைதியின் உணர்வை

மனம் ரசித்து, ரசித்து...

விடும் பெருமூச்சு...

இயற்கை அன்னையின் அழகிய தருணம்

"காலை"

அலாரம்

அலாரம்...

நீ அழைக்கவில்லை என்றால்...

பெரும்பாலருக்கு விடிந்ததே

தெரியவில்லை...

உன் அழைப்பு...

சிலருக்கு ஒரு நடைமுறை...

சிலருக்கு ஒரு ஒழுக்கம்...

சிலருக்கு ஒரு எரிச்சல்...

இன்னும் சற்று நேரம் தூங்கலாமே

என்று...அதுக்குள்ள என்ன?...

சமையல்

சமையல்...

இது ஒரு மாபெரும் அற்புதக்கலை...

சமைத்து, சுவை பார்த்து, ரசித்து, ருசித்து

மெய்மறந்து, உணர்ந்து...

வார்த்தைகள் இல்லை...

சமைத்துப் பாருங்கள்

அதனுள் அடங்கி...

அனைத்துமே புரியும்.

மண்சட்டி

மண்சட்டி...

அப்போதெல்லாம் உன்னை மட்டுமே

வைத்து சமையல் செய்வதும்,

தேநீர் அருந்துவதும்...

இப்போதெல்லாம்

நீ ஒரு கனவாக...

ஒரு நயபுணர்வாக...

நானும் உன்னை வைத்திருக்கிறேன்

என்று காட்டுவதற்காக...

கை கடிகாரம்

கை கடிகாரம்...

நீ பெருங்கனவாக இருந்தாய்

ஓர் காலத்தில்...

உன்னை கையில் கட்டிக்கொண்டு

ஒவ்வொரு நாளும் நீ

காட்டும் மணியை பார்ப்பது

அளவற்ற ஆனந்தம்...

பெரும்பாலும் எண்மயமாகவே (Digital)

இருந்தாய்...

ஆனால்

எப்போதும் கடிகாரம் போல்

அத்தனை எண்ணங்களும் (1 முதல் 12

வரை)

பெரிய முள்ளும்...

சின்ன முள்ளும்...

வினாடி முள்ளும்...

கூடவே தேதியும், நாட்களும்,

பிறைகளும்

காட்டும் வகையான ஓர் அற்புதமாக

வந்தாயோ!

அப்போது என் ஆள்பரிய ஆனந்தத்தை

வார்த்தைகளால் மட்டுமல்ல...

உணர்வுகளால் கூட வெளிக்காட்ட

முடியவில்லை...

ஆனந்தம்... பேரானந்தம் மட்டுமே.

மடிக்கணினி

மடிக்கணினி...

நீ இல்லாத வீடே இல்லை...

உன் தேவை அறிந்து தான்

அனைவரும் உன்னை
உபயோகிக்கிறார்கள்.

காலம் எவ்வளவு வேகமாக சுழற்கிறது...

எங்கு வேண்டுமானாலும், எப்ப
வேண்டுமானாலும்

எப்படி வேண்டுமானாலும்

உன்னை எடுத்து கொண்டு சென்று

உன் தன்மையை காண்கிறார்கள்...

நகரத்தில் இருந்து ஒர்

ஓலை குடிசை வரையிலும்..

உன் ஆதிக்கம்...

சுற்றுலா

சுற்றுலா...

எங்கே போவது என்று ஒவ்வொரு

விடுமுறையிலும் யோசித்து

போகும் பயணம்...

போன இடத்திற்கே போவது...

புது இடத்தை ரசிப்பது...

சுற்றி சுற்றி உலாவிக் கொண்டு

இருப்பதால் "சுற்றுலா" என்ற

பெயர் போலும்!...

செடிகள்

செடிகள்...

அந்த அந்த காலத்திற்கு

ஏற்றார் போல் செடிகள்

வளரும்...

பூ பூக்கும்...

காய் காய்க்கும்...

கனி கனியும்...

பல நேரம் வாடும்...

சில நேரம் பச்சையாக

கண்ணுக்கு குளிர்ச்சியாக

இருக்கும்.

தோட்டம்

தோட்டம்...

எத்தனை வகையான மரங்கள்...

எத்தனை வகையான செடிகள்...

எத்தனை

- பூக்கள்...

- காய்கள்...

- கனிகள்...

- இலைகள்...

- மருத்துவ இலைகள்...

- தானியங்கள்...

பார்க்கும் போது கண்ணை

பறிக்கும் பசுமையான, அழகான

அமைதியான ஒர் சொர்க்கம்.

கலாச்சாரம்

கலாச்சாரம்...

> ஒவ்வொன்றும் ஒவ்வொரு
> அழகான கதையை சொல்லும்...
> அதில் ஆன்மீகமும், அறிவியலும்
> கலந்து இருக்கும்,
> கடைப்பிடிப்பவருக்கு மட்டும் தான்
> அதன் அருமை தெரியும்.

வேலைக்காரி

வேலைக்காரி...

காத்திருந்து காத்திருந்து
கண்களும், கால்களும் பரபரத்து போனது
தான் மிச்சம்,
கைபேசியில் யாரிடமும் பேச
முடியவில்லையே...
முகநூல் பார்க்க முடியவில்லையே...
காய்ந்து போன பாத்திரங்கள்
அழுதன என்னை சுத்தப்படுத்து என்று...
தண்ணீரில் நனைந்த மாடி முகப்பு,
என்னை சுத்தப்படுத்து என கதறின
நேரமும் ஆனது...
மணித்துளிகளும் போனது...
காணவில்லையே அவளை...!

என்னவள் நீ என்று

என்னவள் நீ என்று...

கண்கள் பார்த்த வேளையில்

காதல் சொல்லவில்லை...

உன் இதழ்கள் பார்த்த நேரத்தில்

உள்ளம் சொல்லவில்லை...

உன்னை நினைக்கும் போது மட்டும்தான்

சொல்ல தோன்றுது என்னவள் நீ என்று...

காத்திருந்த கவிதைகள்

காத்திருந்த கவிதைகள்...

கால்கள் முளைத்து போயின...

எங்கே?

எழுத்துக்களை உடைய

என் காகிதம்...

காத்திருந்த கவிதைகள்...

கால்கள் முளைத்து போயின...

காகிதத்தில் அல்ல

காற்றில்...

காத்திருந்த கவிதைகள்...

கால்கள் முளைத்து போயின...

காற்றில் அல்ல

நீரில்...

காத்திருந்த கவிதைகள்...

கால்கள் முளைத்து போயின...

நீரில் அல்ல

மேகத்தில்...

காத்திருந்த கவிதைகள்...

கால்கள் முளைத்து போயின...

மேகத்தில் அல்ல இம்முறையில்

மண்ணில்...

காத்திருந்த கவிதைகள்...

கால்கள் முளைத்து போயின...

மண்ணில் அல்ல

கனவில்...

காத்திருந்த கவிதைகள்...

கால்கள் முளைத்து போயின...

கனவில் அல்ல

என்னவனின் இதயத்தில்...

புதிய விடியல்

புதிய விடியல்...

கதிரவனின் பொன்நிறமான கதிர்கள்
இந்த உலகத்திற்கு ஒரு புதிய விடியல்...

வானத்திற்கு மேகம் ஒரு புதிய
விடியல்...

மேகத்திற்கு நட்சத்திரம் ஒரு புதிய
விடியல்...

நட்சத்திரங்களுக்கு நிலா ஒரு புதிய
விடியல்...

பூமிக்கு தண்ணீர் ஒரு புதிய விடியல்...

மரங்களுக்கு பூக்கள் ஒரு புதிய
விடியல்...

பூக்களுக்கு காய்கள் ஒரு புதிய விடியல்...

காய்களுக்கு கனிகள் ஒரு புதிய
விடியல்...

சப்தத்திற்கு பறவைகள் ஒரு புதிய
விடியல்...

தோற்றத்திற்கு விலங்குகள் ஒரு புதிய
விடியல்...

கலைகளுக்கு ஓவியங்கள் ஒரு புதிய
விடியல்...

இயற்கை அன்னை படைத்த

இத்தனை புதிய விடியலில்

ஏனோ! ஜாதி, மதம் போன்ற பல
பிரிவுகள்

இன்று எங்கு பார்த்தாலும் குழப்பம்,
கொலை

நோய் போன்ற நிகழ்வுகள்
காணப்படுகின்றது

இறைவன் விரும்புவது அன்பை தான்,

ஆனால் சமூகமோ!

இயற்கையையும், இறைவனையும்

சரியாக புரிந்து கொள்ளவில்லை.

இளைஞனுக்கு வேலை ஒரு புதிய
விடியல்

சமூகமே! ஏன் நீ எதையும் புரிந்து
கொள்ளவில்லை.

கட்டாயம் உனக்கும் ஒரு புதிய விடியல்
என்ற வெளிச்சம் தோன்றும்.

அதைக் கண்டு இறைவனே வியந்து
போவார்.

இத்தனைக்கும் புதிய விடியல் பிறக்கும்.

ஆனால், புதிய விடியலே!

உனக்கு எப்போது புதிய விடியல்
பிறக்கும்?

வாழ்க்கை

வாழ்க்கை...

நீ இருப்பது வீடு என்ற கோட்டை,

வாழ்க்கை என்பது காதல் கோட்டை,

அதில் நீ கட்டி வைப்பதோ!

மனக்கோட்டை,

மணக்கோட்டையினால் உண்டாகும்
கனவுகள்,

கனவுகளால் ஏற்படும் நினைவுகள்,

நினைவுகளால் உண்டாகும் உறவுகள்,

உறவுகளால் ஏற்படும் பிரிவுகள்,

பிரிவுகளால் ஏற்படும் கஷ்டம்,

கஷ்டத்தை போக்க சந்தோஷம்,

சந்தோஷத்தினால் ஏற்பட்ட அலை,

அலையினால் உண்டான கலை,

கலையினால் கிடைத்த புகழ்,

புகழினால் கிடைக்கும் உயர்வு,

உயர்வினால் கிடைக்கும் தேர்ச்சி,

தேர்ச்சியினால் உண்டாகும் மன
குளிர்ச்சி,

குளிர்ச்சியினால் உண்டாகும் சந்திரன்,

சந்திரன் அழுகை ரசித்த சூரியன்,

சூரியனால் உண்டாகும் வெப்பம்,

வெப்பத்தை தனிக்க உண்டாகும் தெப்பம்,

தெப்பத்தினால் ஏற்படும் வெள்ளம்,

வெள்ளத்தினால் உண்டாகும் பள்ளம்,

பள்ளத்தை தவிர்க்க மனக்கட்டுப்பாடு,

மனக்கட்டுப்பாட்டை நிலை நிறுத்த
உறுதி,

உறதியால் பெரும் குணம்,

குணத்தில் கிடைக்கும் நல்ல மனம்,

மனத்தில் கிடைக்கும் அன்பு,

அன்பினால் உண்டாகும் சிறந்த பண்பு,

பண்பினால் கிடைக்கும் அமைதி,

அமைதியால் கிடைத்த வாழ்க்கை,

வாழ்க்கையில் ரசித்த இயற்கை,

இயற்கையில் பூத்த இதழ்கள்,

இதழ்களால் மலர்ந்த மலர்கள்,

மலர்களிடம் கிடைப்பது வாசனை,

அதில் வந்ததோ! இந்த யோசனை

யோசனையினால் விதைத்த விதை,
விதையினால் ஏற்பட்டதோ! இந்த
கவிதை,
இதுவே வாழ்க்கையின் ரகசியம்.

விட்டுக் கொடுக்க முடியாமல்

விட்டுக் கொடுக்கவும் முடியாமல்...

விலகவும் முடியாமல்...

அன்றும்,

உனக்காக...

உன் வார்த்தைக்காக...

விட்டுக் கொடுத்தேன்.

இன்றும்,

உனக்காக...

உன் வார்த்தைக்காக...

விட்டுக் கொடுக்கிறேன்.

இனி எப்போதும்,

உனக்காக அல்ல...

எனக்காக...

தொலைந்த என்னை

மீட்பதற்காக...

தொலைதூரம் செல்கிறேன்...

விட்டுக் கொடுக்கவும் இல்லை...

விலகவும் இல்லை...

உன்னை அல்ல...

என்னை அல்ல...

நான் நானாகவே இருக்க விரும்புகிறேன்.

விலகி நிற்கிறேன்

மறுக்கவும் முடியாது...

மறைக்கவும் முடியாது...

மறக்கவும் முடியாது...

சிலரை...

அவர்கள் நினைவுகளை...

நீ நீயாக இரு...

நான் நானாக இருப்பேன்...

என்பது கூட ஒரு விதமான

அன்புதான்...

சில ரணங்களும் சுகம்தான்...

சில சுகங்களும் ரணம்தான்...

இந்த அவஸ்தையில் இருந்து

வெளிவருவது தான்

எப்படி?

சில காயங்களுக்கு...

மருந்தே கிடையாது...

நினைவு அலைகள்

மட்டும்தான்...

வெறுத்து விடுவேனோ, என்ற பயம்...

அதனால்... விலகி நிற்கிறேன்...

பயம் தான்

இழந்து விடுவேனோ என்று பயம் தான்

இறுக்கமாக இருக்கிறேன்...

வெறுத்து விடுவேனோ என்ற பயம் தான்

விலகி நிற்கிறேன்...

மறந்து விடுவேனோ என்ற பயம் தான்...

மறைத்து விடுகிறேன்...

தொலைத்து விடுவேனா என்ற பயம் தான்...

தூரமாக செல்கிறேன்...

விட்டு விடுவேனோ என்ற பயம் தான்...

அமைதியாக இருக்கிறேன்...

இழக்கவும் இல்லை...

வெறுக்கவும் இல்லை...

மறக்கவும் இல்லை...

தொலைக்கவும் இல்லை...

விட்டு விடவும் இல்லை...

உன்னை...

உன் நினைவுகளை...

எப்போதும்...

என்னுடன்...

என் மூச்சு...இருக்கும் வரை...

தூக்கம்

தூக்கம்...

நீ இல்லை என்றால்

கனவுகளுக்கு என்ன மரியாதை?...

நீ இல்லை என்றால்

உடலுக்கு எங்கு ஓய்வு?...

நீ இல்லை என்றால்

அறிவுக்கும், மனதிற்கும் எங்கு

அமைதி?...

நீ இல்லை என்றால்

கண்கள் தூங்கு தூங்கு

என்று ஏங்குவது எப்போது!?...

கண்ணீர்

கண்ணீர்...

வார்த்தைகளால் சொல்ல முடியாத

உணர்வின் உச்சம் தான் நீ...

பெரும்பாலும்

- இறையன்பிலும்,...

- சோகத்திலும்...

- வலியிலும்...

- காதலிலும்...

- தேடுவதிலும்...

- மகிழ்ச்சியிலும்...

- ஏக்கத்திலும்...

- பிரிவிலும்...

- தவிப்பிலும்...

- கோபத்திலும்...

- வரிகளிலும்...

- இசையிலும்...

- மௌனத்திலும்...

உன் மதிப்பை அறிந்தும், அறியாமலும்...

புரிந்தும், புரியாமலும்...

இலகிய மனம் படைத்தவர்களுக்கும்...

- உண்மையாக இருப்பவர்களுக்கும்...
- நேர்மையாக இருப்பவர்களுக்கும்...

சொந்தக்காரியாக இருக்கிறாய்...

ஊஞ்சல்

ஊஞ்சல்...

எனக்கு மிகவும் பிடித்தமான உன்னை...

என்றுமே உன்னுள் ஆடும் போது

இருக்கும் ஆனந்தமே தனி...

என் கனவு தேவதை...

என்றாவது ஒரு நாள்

உன்னை என் வீட்டில்

அலங்கரித்து உன்னுள்

இறுகப் - பற்றிக் கொள்ள

வேண்டும்...

கடவுளுக்கு மட்டும்தான் சொந்தமா!?...

கல்யாண வீட்டிலும் உன் அழகு தனி
தான்...

என்றும் தென்றலாய் என்னுள்

ஆடிக்கொண்டு இருக்கிறாய்...